கதை – ஒர்
உள்ளுணர்வு பயணம்

அ.விஜய சண்முகம்

aelay
publish

கதை - ஓர் உள்ளுணர்வு பயணம்
கட்டுரை
ஆசிரியர் : அ.விஜய சண்முகம் 2022 ©
முதல் பதிப்பு : டிசம்பர் 2022
வெளியீடு : ஏலே பதிப்பகம்
5/175, பாத்திமா நகர், கூத்தென்குழி,
திருநெல்வேலி - 627104
தொடர்புக்கு : +91 9944992571

Kadhai-Oar ullunarvu payanam
Article
All rights reserved
by A. Vijaya Shunmugam 2022 ©
First Edition : December 2022
Pages: 41
ISBN : 978-93-5533-585-2
Aelay Publish
Contact : +91 9944992571
Designed by : Aelay publish team

அணிந்துரை

வணக்கம்,

இந்த உள்ளுணர்வு பயணத்தை ஆயிரம் இதழ் கொண்ட தாமரை மலரான லோக மாதாவின் வதனத்திற்கு ஒப்பிடலாம். இந்த பயணத்தில் உள்ள ஒவ்வொரு கருத்தும் ஒவ்வொரு இதழாக அழகாக செழிப்பாக இருக்கிறது. இந்த கதை-ஓர் உள்ளுணர்வு பயணத்தில் உள்ள அத்தனை கருத்துக்களையும் ஒவ்வொன்றாகப் பின்பற்றி வந்தால் இந்த மனித இனம் இனி என்ன செய்ய வேண்டும் எனவும் வளர்ச்சிக்கான ஆரோக்கியமான தேவைகள் எவையெவை என்பதையும் மிக எளிதாகக் கண்டறியலாம். அதற்கான வழிகளைக் காட்டுகிறது இந்தப் பயணம் – ஒரு வழிகாட்டியாக. இந்த வழிகாட்டியை பின்பற்றுபவர்கள் நிச்சயமாக சாதனை படைத்து வரலாற்றில் இடம் பெறுவார்கள் என்பதில் ஐயமில்லை. அதோடு சாதனை பல புரிந்து சரித்திரம் படைக்க *"காதல் கொள் கண்ணன் மீது"* என்பார்கள். அவர் உபதேசித்த கீதையின் ஒரு பகுதியாக இந்த கதை ஓர் உள்ளுணர்வு பயணம் தொடர்கிறது என்பது இதன் கூடுதல் சிறப்பு.

வாழ்க உள்ளுணர்வு பயணங்கள்..!!

வளர்க வரலாற்று சாதனைகள்..!!

நன்றி..!!

என்றும் ஈசன் அடிமையாக
எச்.சியாமளா.

ஆசிரியருரை

அனைவருக்கும் வணக்கம்,

கதை ஓர் உள்ளுணர்வு பயணம் எனும் இந்த நூலை இயற்ற தூண்டுகோலாகவும் முழுத் திறனாகவும் இருந்து என்றும் எம்முள் செயல்பட்டு கொண்டிருக்கும் இறையருளிற்கு அடியேனின் அன்பு நன்றி.

அ.விஜய சண்முகம் எனும் நான், 5'ம் தேதி ஆகஸ்ட் மாதம் 1992'ஆம் வருடம் தென்காசியில் ச.சேர்மன் அருணாச்சலம் அவர்களுக்கும் அ.சிவகாமி அவர்களுக்கும் மகனாகப் பிறந்தேன். சிறு வயது முதலே தமிழின் உச்சரிப்பை ஒழுங்காய் எமக்கு பயிற்றுவித்த எமது பெற்றோரே எம் தமிழ் ஆர்வத்திற்கான முதல் தூண்டுகோல். பின்னர் எமக்கு பள்ளிப் பருவத்தில் கிடைத்த அனைத்து தமிழ் ஆசிரியர்களின் கற்பித்தலும் தமிழ் அமுதின் சுவையை எமக்கு உணர வைத்தது. குறிப்பாக மதிப்பிற்குரிய திருமதி.ராமலெட்சுமி என்ற தமிழ் ஆசிரியை எம்மை கவிதை எழுத தூண்டியதே எம் இன்றைய கவிதைகளுக்கு அன்று அவர் இட்ட பிள்ளையார் சுழி. இவர்கள் அனைவரின் சார்பில் தமிழன்னை எமக்கும் ஆர்வமூட்டி உள்ளார் என்பதை அகம் மகிழ்ந்தே நன்றியுடன் தெரிவித்துக் கொள்கிறேன். பின்னர் 2011-2015-ம் ஆண்டுகளில் கலசலிங்கம் பல்கலைகழகத்தில் பயின்று கட்டடப் பொறியாளர் துறையில் தொழில்நுட்ப இளங்கலை பட்டம் பெற்றேன். பின்னர் வெளியூர்களில் வேலை பார்த்து கொண்டிருந்தாலும் தமிழ் மீது உள்ள ஆர்வம் என்னை விடவில்லை. அதன் விளைவாக பாடலாசிரியர் கனவோடு வாழ்ந்து கொண்டிருக்க கனவின் பயனாய்

கிடைத்த நிஜமே பாடலாசிரியர் **உயர்திரு.பிரியன் ஐயா** அவர்கள் தோற்றுவித்த உலகின் முதல் தமிழ்த் திரைப்பாடலாசிரியர் பயிற்சி நிறுவனமான **"தமிழ்த் திரைப்பாக்கூடம்"** ஆகும்.

12.09.2021 தேதியன்று பிரியன் ஐயா அவர்களிடம், பயின்ற பாடலாசிரியர் பயிற்சிக்கான சான்றிதழைப் பெற்றேன். வாழ்வில் பிரியன் ஐயாவை சந்தித்தது ஒரு நல்ல திருப்புமுனையுள் ஒன்று என்பதில் எந்த ஒரு சந்தேகமும் இல்லை. பிரியன் ஐயா அவர்களை நினைத்தாலே நான் மகிழ்வேன். இக்கணம் ஐயா அவர்களுக்கு என்னுடைய அன்பையும் நன்றியையும் தெரிவித்துக் கொள்கிறேன்.

அடுத்து, **"பொட்டப்புள்ள"** எனும் தமிழ் ஆல்பம் பாடலை இயற்றிட திரு.பிரேம் அவர்கள் வாய்ப்பு கொடுத்தார். அந்தப் பாடல் 22.01.2022 அன்று வெளியிடப்பட்டது. அதன்பின், **"ஜல்லிக்கட்டு ஆட்டங்கொண்டு"** எனும் பாடலை இயற்றிட நண்பர் திரு.மருதீசன் அவர்கள் வாய்ப்பு கொடுத்தார். அந்தப் பாடல் 11.03.2022 அன்று வெளியிடப்பட்டது. வாய்ப்புகள் கொடுத்த நண்பர்களுக்கு இக்கணம் அன்பிற்குரிய நன்றியை தெரிவித்துக் கொள்கிறேன்.

தற்பொழுது, இனி திரைக்கு வரவிருக்கும் திரைப்படம் ஒன்றிற்கும் பாடல் எழுதிக் கொடுத்துள்ளேன். விரைவில் வெள்ளித்திரையில் அதனை எதிர்பார்க்கலாம்.

இதன் நீட்சியாக, பல நாட்கள் எம் சிந்தனையில் சமுதாயத்திற்கு நல்லது செய்ய வேண்டும் என்ற எண்ணம் இருந்து கொண்டே இருக்க அதனோடு புத்தகங்கள் எழுத வேண்டும் என்ற ஆர்வமும் இருக்க, அந்த ஆர்வம் எண்ணத்தை நிறைவேற்றும் வகையில்

எம்மை எழுத்தாளனாய் அறிமுகம் செய்கிறது இந்த கதை-ஒர் உள்ளுணர்வு பயணம். எம்மால் முயன்றவரை இக்கட்டுரையை சிறப்பாக தந்துள்ளேன் என நம்புகிறேன். ஏதேனும் குறை இருப்பின் தயங்காமல் சொல்ல உடன் திருத்திக் கொள்வேன் எனத் தாழ்மையுடன் தெரிவித்துக் கொள்கிறேன்.

மேலும், இந்நூலை பதிப்பித்து நூலின் அட்டைப் படங்கள் மற்றும் புத்தக வடிவமைப்பு செய்து தந்திருக்கும் **"ஏலே பதிப்பகம்"** நிறுவனத்திற்கும் அதன் குழுவிற்கும் எமது அகமார்ந்த அன்பும் நன்றியும்.

நான் கேட்டவுடன் மறுக்காமல் அணிந்துரை எழுத சம்மதம் தெரிவித்த எமது அம்மாவின் ஆன்மீகத் தோழி மதிப்பிற்குரிய திருமதி.சியாமளா(ஆசிரியை) அவர்களுக்கும் இக்கணம் எமது நன்றியை தெரிவித்துக் கொள்கிறேன்.

இந்நூலை இனி படிக்கவிருக்கும் அனைவருக்கும் இத்துடன் எமது ஆழமான நன்றியை தெரிவித்துக் கொள்வதோடு உலகில் அனைவரும் நல்வாழ்வு வாழ வேண்டுமென இறைவனை வேண்டிக் கொள்கிறேன்.

நன்றி..!!

இப்படிக்கு
அ.விஜய சண்முகம்

முன்னுரை

அனைவருக்கும் வணக்கம்,

நாம் பிறந்ததில் இருந்தும், பிறப்பதற்கு முன்பும், நம் வாழ்க்கையிலும், நம் காலத்திற்கு பின்பும், ஏன் நாம் ஜீவ சமாதி நிலை அடைந்தாலும் நம்மோடு பயணிப்பது நம் கதைகள் ஆகும்.

இங்கு நம்மை சுற்றியும் நமக்கும் தொடர்பான விஷயம்தான் கதை. நம் ஞானத்திற்கு எட்டியும் எட்டாமலும் இருப்பதுதான் கதை. இன்றும் தேடல்களின் உச்சத்தில் எல்லோரையும் சிந்திக்க தூண்டுவது உலகம் பிறந்த கதை.

இதைப் போன்று கதைகளுக்கு என்றுமே மதிப்புகள், சுவாரஸ்யங்கள் அதிகம். எந்த ஒரு கதையும் இன்றி நம் வாழ்க்கை என்றும் அமைவதில்லை என்பதே நிதர்சனம். இப்படி கதை என்ற ஒன்று நம் வாழ்க்கையோடு பின்னிப்பிணைந்து இருப்பதால் அக்கதையைப் பற்றி கொஞ்சம் மேலோட்டமாக வித்தியாசமான கோணத்தில் சிந்திக்க வேண்டும் என்ற எண்ணம் எம்முள்ளே எழுந்தது.

அதன் பயனாகவே முதல் புத்தக வெளியீடாய் இந்த **"கதை-ஓர் உள்ளுணர்வு பயணம்"** பிறக்கிறது. ஆம் நானும் எழுத்தாளனாய் மகிழ்வுடன் புதிதாய் பிறக்கிறேன்.

"கற்றது கையளவு , கல்லாதது உலகளவு"
என்பதை நெஞ்சில் நிறுத்தி இந்நூலை இவ்வுலகிற்கு
இறையடியில் பணிந்து சமர்ப்பிக்கிறேன்.

மேலும் வளரும் சமுதாயத்தின் உத்வேகம்
மேம்பட வேண்டும் என்ற ஆர்வத்தில் இந்நூலை எழுதி
ஓர் நல் தாக்கம் ஏற்படுத்த விழைகிறேன். அனைவரின்
கதையும் அழகாய் அமைய வேண்டும் என்ற
நோக்கத்தையும் உள்ளடக்கி இந்த கட்டுரையில் நம்
நல்ல கதைக்கான வழிவகைகளையும் அடியேன்
அறிந்தவரை தந்துள்ளேன்.

"ஓர் உள்ளுணர்வு பயணம்

மனதை தூண்டிட

தன் கதையின் எழுச்சியது

வாழ்வை மாற்றிட

உழைப்பின் விருதாய்

சாதனைகள் குவிந்திட

கதையது வெற்றி-வரலாறாகுமே..!!"

கதையும் வாழ்க்கையும் இறைவனும் :

ஓர் உண்மையான அல்லது கற்பனையான நிகழ்வில் அர்த்தம் இருக்கும் பொருட்டு அந்த நிகழ்வின் மூலம் சில பல கருத்துகள் வெளிவந்து நம்மை நெறிப்படுத்த உதவுமாயின் அந்த நிகழ்வை கதை எனலாம்

கதை என்பது சிறுகதை, தொடர்கதை, பெருங்கதை, விடுகதை, திரைக்கதை இப்படியெல்லாம் உலா வருகின்றது. மேலும் காப்பியங்களாகவும், காவியங்களாகவும், ஏனைய இலக்கியங்களாகவும் வலம் வரும் சிறப்புடையது.

இதெல்லாம் சரி, யாம் புதிதாக என்ன சொல்ல வருகிறோம்..?

வித்தியாசமான கோணம் என்று முன்னுரையில் உரைத்தவைக்கான காரணம் என்ன?

இதோ..!!

பல்வேறு பிரதேசங்களில் பல்வேறு கிராமங்களில் பல்வேறு சூழ்நிலைகளில் பல்வேறு மக்களுடன், பல்வேறு கலாச்சாரங்களுடன் இயல்பாக அவர்களோடே வாழ்ந்து பார்க்கும் பொழுதும் சில விஷயங்களை உண்ணிப்பாக கவனிக்கும் பொழுதும் பல விஷயங்கள் என்னுள் புலப்படுகின்றன.

இங்கு ஒவ்வொரு மனிதருக்கும் வாழ்க்கையில் இறைவன் (பேராற்றலின் கரு) ஒவ்வொரு பொழுதும

ஒவ்வொரு மாதிரியான சூழ்நிலைகளை உருவாக்குகிறார். சில சம்பவங்களை அவர் நிகழ்த்துவதன் மூலம், பல அனுபவங்களை மக்களுக்கு உரைக்கிறார். அவர் சொல்ல வருவதை நம் வாழ்க்கை வழியாகவே சொல்லி வருகிறார். குறிப்பாக கதையாக சொல்கிறார். நம்மை பக்குவப்படுத்த பல முறை முயற்சிக்கிறார். நாம் எல்லோரும் நாம் கடந்து வந்த பாதையை சற்று (திரும்பிப் பார்த்தால்) நினைவு கூர்ந்தால் நாம் அதை உணரலாம். இதுவரை இறைவன், நமக்கு என்ன சொல்லி இருக்கிறார் என்று...

நம் கதையில், இதுவரை என்னவெல்லாம் நடந்து இருக்கிறது என்றும், ஓர் எண்ண அலசல் போடலாம். இதுவே முன்னுரையில் உரைத்த வித்தியாசமான கோணத்தின் தொடக்கம் என்பது எம் நம்பிக்கை.

"உலகே அரங்காய்

தினமும் நிகழும்

ஒத்திகையற்ற உலகநாடகம்

இறைவன் படைப்பு"

மேலும் **பகவத் கீதை** சொல்லும்

" எது நடந்ததோ அது நன்றாகவே நடந்தது

எது நடக்கிறதோ அது நன்றாகவே நடக்கிறது

எது நடக்க இருக்கிறதோ அதுவும் நன்றாகவே நடக்கும்"

என்ற இந்த வரிகள் வாயிலாகவும், இறைவன் நம்மை வழி நடத்துகிறார் என்று உணரலாம்.

மேலும் தெனாலிராமன் கதையில் வரும் "நடப்பதெல்லாம் நன்மைக்கே" என்று தெனாலிராமன் மன்னனுக்கு சொல்லும் கூற்றும், கதையின் வாயிலாக இறைவன் நம்மோடே இருப்பதை ஊர்ஜிதம் செய்கிறது. மேலும் "எல்லா புகழும் இறைவனுக்கே" என்று உலகரங்கில் சொன்ன தமிழன்- ஆஸ்கார் நாயகன், இசைப்புயல் ஏ.ஆர்.ரஹ்மான் அவர்களின் வரியிலும் இறைவனின் சிறப்பை, இறைவன் நம்மோடு பயணிக்கும் சிறப்பை அழகாய் சம காலங்களில் எடுத்துக் கூறிய நிகழ்வாய் இருக்கிறது.

"போற்றுவார் போற்றுதலும், தூற்றுவார் தூற்றுதலும் போகட்டும் கண்ணனுக்கே"

என்ற வரியும் "எல்லாம் அவன் செயல்" என்ற வரியும் இறைவனின் சிறப்பை ஆழமாக்கி கொண்டே இருக்கிறது நம்முள்.

மேற்கூறிய அனைத்து எடுத்துக்காட்டுகளும், இறைவன் புகழில் மிக மிகச் சில.

எனவே கதையும் வாழ்க்கையும் இறைவனும் என்ற கூட்டமைப்பின் முக்கியத்துவத்தை நாம் அகமார்ந்து உணர்வது மிக முக்கியம். உலகிலும் நம் வாழ்க்கையிலும் ஒவ்வொரு நாட்களும் இறைவன் நிகழ்த்தும் அற்புதத்தை நாம் உணர்வது அவசியம். அந்தப் புரிதல் நம்மை எளிமையாக சாதனை உச்சிக்கு இழுத்துச் செல்லும். காரணம் இறைவன் சொல்லித் தரும் பாடம் விலைமதிப்பற்றது.

"புவியானது தினம் புதிதானது..!!

பல புரியாதது பல புதிரானது..!!

புரிந்தாலது தினம் பதிலாகுது..!!

பதிவாகுது உளம் பதமாக்குது..!!

மன பலமானது பலவாகுது..!!

நினைத்தாலது நமை நிலையாக்குது..!!

அன்பு விளையாடுது பேராற்றல்..!!"

எனவே பேராற்றலின் அன்பான விளையாட்டு நாம் பக்குவப்படுவதற்காக என்று நம் வாழ்க்கை நிகழ்வுகளை கவனித்து நகர்வது நம் கதையை நாம் புரிந்து கொள்ள உதவும்.

தனி மனித ஒழுங்கும் மெய் உழைப்பும்:

கதையும் வாழ்க்கையும் இறைவனும் என்ற கூட்டமைப்பின் முக்கியத்துவம் உணர்ந்த பின்பு நம் கதைக்கான திட்டமிடலில் தலையாய ஒன்றாக தனிமனித ஒழுங்கும் அதன் பின் நம் கதைக்கான மெய் உழைப்பும் முக்கியமாகிறது.

தனி மனித ஒழுங்கும் மெய் உழைப்பும் ஏன் அவசியம்?

இவ்வுலகில் குழந்தைகள், சிறுவர்கள், இளைஞர்கள், மூத்த குடிமக்கள் இப்படியெல்லாம் பல பரிமாணங்கள் கொண்டு மனிதர்களாகிய நாம் பயணிக்கிறோம் (வாழ்கிறோம்). இப்படிப்பட்ட வாழ்க்கையில் சமுதாயத்தில் நாம் எவ்வாறு நடந்து கொள்கிறோமோ, வாழ்கிறோமோ அதை வைத்தே நம் மதிப்பும் தீர்மானிக்கப்படுகிறது.

ஒரு தனி மனித ஒழுங்கும் மெய் உழைப்பும் ஒரு மனிதனை நிச்சயமாக நல்வாழ்வினால் புகழுறச் செய்யும் என்பதே உண்மை. நம் நடத்தை என்பது நம் கதையின் ஆணிவேர். அதை நாமே முழுமையாக வடிவமைக்க நம்மை ஈடுபடுத்திக்கொள்ள வேண்டும்.

இவ்வுலகில் *"குறைகுடம் ததும்பும், நிறைகுடம் ததும்பாது"* என்பதற்கேற்ப மனிதர்கள் உண்மையாக மதிக்கப்படுகிறார்கள்.

"**பணிவு இருந்தால் பதவி வரும்**" என்ற பழமொழிக்கேற்ப நம் நடத்தையால் நமக்கு நன்மைகள் கிட்டும். முதலில் மன நிம்மதி நிரந்தரமாக நம்மோடே ஓட்டும்.

ஆனால் பணிவு இல்லாமல் ஒழுங்கு இல்லாமல் நாம் சிற்றின்ப கூத்திற்கு மயங்கி செயல்படுகிறோம் என்றால் அதன் விளைவு இன்றோ அல்லது நாளையோ கிடைக்கும் என்பதை மறக்க வேண்டாம். அவதிகளை விட்டு தள்ளி இருக்க முன்னெச்சரிக்கையோடும் விழிப்புணர்வோடும் வாழ்க்கையில் நகர்வது அவசியம். "**தீதும் நன்றும் பிறர் தர வாரா**" என்பதை நாம் புரிந்து கொள்ள வேண்டும். எனவே தனிமனித ஒழுங்கு வாழ்க்கை மிக அவசியம்.

முதலில் நம்மை நாம் ஆராய வேண்டும். பின் நம் திறமைகளை நாம் ஆராய வேண்டும். அடுத்து நம் கடமைகளை நாம் உணர வேண்டும். தொடர்ந்து நமக்கான நல் இலக்குகளை நாம் தீர்மானிக்க வேண்டும். இதுவே நம் மெய் உழைப்பின் தொடக்கம் ஆகும்.

நாம் எந்த ஒரு நல் இலக்கிற்காக பயணிக்கிறோமோ அதன் பொருட்டு நகர்வோமேயானால், நம் நடவடிக்கைகளில் தாமாகவே அதற்குண்டான ஒழுங்கு வந்து சேரும். அந்த செயல் நம்மை அடுத்த கட்டத்திற்கு நகர்த்தியும் செல்லும். காரணம்-நன்மையின் பலன் அது.

குறிப்பாக நம் நல்-இலக்கு ஓர் நெடுந்தூரப் பயணமாக ஓர் பெரும் கதையாக உருவெடுக்கும் பொருட்டு நாம் அதை ஓர் சரித்திரமாக அமைக்க முற்படும் பொழுது அதற்குண்டான செயல்பாடுகளை நிகழ்த்த துவங்குவோம். கூடவே போதிய உழைப்போடு

"நிறைகுடம் ததும்பாது" என்பதற்கேற்ப அலட்டிக்கொள்ளாமல் திகழ்வோம். அதற்குண்டான பக்குவம் இயல்பாகவே நம்மை வந்து சேரும். நம் சிறு சிறு குறைகளையும் நாமே தேடிப் பிடித்து களைவோம். நம்முடைய மெய் உழைப்பின் காரணமாக நாம் செம்மையாக பயணிக்கிறோம் என்று நம் இலக்கின் பாதையிலேயே ஓர் முழு நம்பிக்கை நமக்கு கிடைக்கும். அதைப்பிடித்து தொடர்ந்து நகர்ந்து நம் இலக்கை அடைவது உறுதி. இவ்வாறே நம் கதையும் வளரும், வளர வேண்டும்.

எடுத்துக்காட்டாக, பல முன்னேறிய சாதனையாளர்களின் வரலாறுகளை நாம் கவனித்தால் அவர்களின் இன்றைய உயரிய இடத்தை அடைய அவர்கள் கொண்ட நெடுந்தூரப் பயணம் இருக்கும். அப்பயணத்தில் அவர்கள் மேற்கொண்ட மெய் உழைப்பும் தனி மனித ஒழுங்கும் பெரும் பங்கு வகுத்திருக்கும். மேலும் சாதனையாளர்களின் பேட்டியை கவனித்தால் அவர்களின் பேச்சின் தெளிவில் அவர்களது அனுபவத்தை நாம் அழகாக உணர இயலும். அதன் மூலம் நம் தன்னம்பிக்கையை மெருகேற்றுவதற்கான சூழ்நிலைகள் அமையும். நம்மை நாம் சரி செய்து உடலாலும் மனதாலும் அறிவாலும் நம்மை பலப்படுத்திக் கொள்வதையே முதல் குறிக்கோளாக கொள்ள வேண்டும். நம் கதையின் வளர்ச்சி நம்மிடம் இருக்கிறது என்பதை எப்பொழுதும் நாம் நினைவில் கொள்ள வேண்டும். நம் ஒழுங்கும் நம் மெய் உழைப்பும் ஒன்று சேர்ந்து பேராற்றலின் ஒத்துழைப்போடு நம்மை நம் கதையின் சிறந்த கருவாக உருவாக்கும்.

"இறையருளால்

தலைசிறந்த கதையின் கரு அது

உருவாகிட

முழுமையான தனிமனித மாற்றம்

அதற்கு

ஒழுங்கு வடிவம் தந்திட

எளிமையாக

சமுதாய முன்னேற்றம்

பிறந்திடுமே

மெய் உழைப்பது வழியே..!!"

பழக்கவழக்கமும் பயணமும்:

தனிமனித ஒழுங்கோடும் நாம் கொடுக்கும் மெய்யான உழைப்போடும் நம் கதை வளரும் நிலையில், மேலும் நம் கதையை மேம்படுத்த நமது அன்றாட வாழ்வின் பழக்கவழக்கங்கள் இன்றியமையாததாகிறது.

இந்த பூமியில் நூறு சதவீத நல்லவரும் கிடையாது நூறு சதவீத கெட்டவனும் கிடையாது. நல்லவரிடமும் சிறிது தவறு இருக்கும். தீயவருக்குள்ளும் சிறிது உயர்ந்த குணங்கள் இருக்கலாம். எவ்வளவோ தவறுகள் செய்து பின்பு ஞானி ஆகியவர்கள் வரலாறு அதிகம் உண்டு. திருந்தக்கூடிய சந்தர்ப்பத்தில் திருந்த வேண்டும். அந்த சூழ்நிலையிலும் திருந்தாமல் தீய செயல்களை தொடர்ந்து செய்பவர்கள் இறைவன் கொடுக்கும் வாய்ப்பினை நழுவவிட்டு தன்னைத்தானே அழித்துக்கொள்கிறோம் என்ற புரிதல் இல்லாதவராகவும் அல்லது அந்த புரிதல் இருந்தாலும் தீய பழக்கங்களில் லயித்து தங்கள் வாழ்க்கையை தொலைக்கும் பாவப்பட்ட ஜென்மங்களும் ஆவர். ஆகவே நம் வாழ்க்கை பயணத்திற்கு நம்முடைய பழக்கவழக்கங்களின் உதவி இன்றியமையாததாக ஆகிறது.

நாம் சாதனையாளர்களின் வரலாறுகளை அறிவது எவ்வளவு முக்கியமோ அதைப்போல் அழகிய வாழ்க்கையை சிறையாக்கி அதில் வசமாய் மாட்டிக் கொண்டவர்கள் கதைகளையும் அறிந்தே ஆக வேண்டும்.

உலகில் தீய பழக்கங்களில் சிக்கி உயிரை இழப்பவர்கள், மன தைரியம் இன்றி வாழ்க்கையை இழப்பவர்கள் கதைகள் எல்லாம் நம் கதை, நம் வரலாறு எவ்வாறு அமைந்துவிடக்கூடாது என்ற உதாரணங்களை தந்து செல்கின்றன. அரிதுயிரின் பெருமையை அறியாதவர்கள் தீய செயல்களை தொடர்ந்து செய்பவர்கள். தன் பிரச்சனையை விட தாம் வலிமையானவர்கள் என்பதை உணராதவர்கள். நெஞ்சின் நல் உறுதியை உபயோகிக்காமல் குருதியை முழுதாய் சுத்தம் செய்யாமல் கயவர்கள் ஆகி இறுதியில் கடவுளின் தண்டனைக்கு இரை ஆவர். ஆதலால் நல்ல கதைக்கு நல்ல இலக்கிற்கு நல்ல பழக்கவழக்கங்கள் நிச்சயம் அவசியம்.

"உலக சுழற்சிக்கு

பாத்திரம் இட்டவன்

சூத்திரமும் ஈட்டியிருக்கிறான்

சூத்திரம் தவறும் பாத்திரமும்

சுழன்று சூத்திரத்திற்குள்

அடங்கும் கணக்கு

அந்த கணக்கன் கணக்கு..!!"

இறைவன் நம் அனுபவங்கள் மூலமாகவும் பிறரின் வாழ்க்கை அனுபவங்கள் மூலமாகவும் உலக நடைமுறைகள் மூலமாகவும் நமக்கு நல்ல பாதையை சுட்டிக்காட்டி வழி நடத்துகிறார். ஆகவே நாம் செய்யும் நல்ல நல்ல செயல்கள் மூலமே நம் நல்-வாழ்க்கை அமையும். மேலும் நமக்குள் நாம் கடைப்பிடிக்க

வேண்டிய செயல்களும் நிகழ்த்தும் முயற்சியும் நம் இலக்கின் வெற்றியை நம்மிடம் இழுத்து வரும்.

பேராசை, சோம்பல் போன்றவை எளிதாக நம்மை கவலைகளில் நீந்தச் செய்யும் வல்லமை உடையது. நம் இலக்கிற்கு தடை சேர்ப்பது. அற்ப சுகங்களை தந்து நம்மை எதிர்காலத்தில் தவிக்கச் செய்வது. முன்னேறவே விடாமல் நம்மை ஆட்கொள்ள நினைக்கும் மாயை அது. ஆதலால் பேராசை, சோம்பல் ஆகிய விஷயங்களில் இருந்து நாம் தள்ளியே நிற்க வேண்டும்.

உழைப்பு, முயற்சி, கனவு, லட்சியம், தன்னம்பிக்கை, உடல் வலிமை, பயிற்சி, உணவு மேலாண்மை, இறைபக்தி, நல் சிந்தனை, நல் பொழுதுபோக்கு, ஓய்வு ,மன அமைதி, சுறுசுறுப்பு, உற்சாகம், மன வலிமை, நல் ஊக்குவிப்பு, புத்தக வாசிப்பு இவைகள் எல்லாம் நம்மை முன்னேற்றும் கருவிகள். நம் இலக்கை அடைய உதவும் பாலங்கள். இந்த நல்ல பழக்கவழக்கங்கள் எல்லாவற்றையும் நாம் இயல்பாக நம் வாழ்க்கையோடு இணைத்துக் கொள்ள வேண்டும். அது நம்முடைய சிறப்பான வாழ்க்கைக்கு வழி வகுக்கும்.

மேலும் உயிர்களிடம் அன்பு பாராட்டும் பொழுது நம் குணம் மிகுதியாய் மேன்மை அடையும். மேன்மை அடைந்த நம் குணத்தோடு நம் இலக்கை அடைய பயிற்சியோடு முயற்சிக்கும் பொழுது வெற்றி நம்மை நம் கதையை நெருங்கிக்கொண்டே இருக்கும்.

இப்பயணத்தின் வழியில் நம் சிந்தனை சில சமயம் சற்று பின்னோக்கி வர நேரிடலாம் அல்லது சில சூழ்நிலைகளை நினைத்து குழம்பி தவிக்க நேரிடலாம்.

நாம் சில சமயம் எதிர்பார்த்த மாதிரியான முன்னேற்ற நிகழ்வுகள் அமையாததால் இந்த சிந்தனை பிளவு, குழப்பம், மனவருத்தம் ஏற்படுகிறது.

அந்த மாதிரியான இக்கட்டான சூழ்நிலையில்

"உச்சி மீது வானிடிந்து வீழுகின்ற போதிலும் அச்சமில்லை அச்சமில்லை" என்று நெஞ்சுரத்தோடு இலக்கை அடைய நகர்ந்து கொண்டே இருக்க வேண்டும்.

"எப்பாடு பட்டாலும் பிற்பாடு கொடாமல் வாழ வேண்டும்"

"எழுமின் விழிமின் குறிக்கோளை அடையும் வரை நில்லாது உழைமின்" என்ற விவேகானந்தருடைய பொன்மொழியின் கருத்தை நாம் பின்பற்ற வேண்டும். அப்பொழுதுதான் நாம் வெற்றி பெற முடியும். இன்று வாழ்க்கையில் ஜெயிக்காமல் புலம்பும் வீரர்கள் செய்யும் தவறு **"சிந்தனை பிளவு"**க்குள் மாட்டிக்கொண்டு நாம் எந்த இலக்கிற்காக பயணம் மேற்கொண்டோம் என்பதை மறந்தே திரிவதுதான்.

நம் கதையின் நெடுந்தூர பயணத்திற்கு நம்மை ஆட்படுத்திக்கொள்ள நம் இலக்கில் உறுதி முக்கியம். நமது வைராக்கியம் வைரம் போன்று திடமானதாக இருக்க வேண்டும். இந்த உறுதியே காலத்தை கடக்கும் கருவியாக உதவி நம் கதையின் நெடுந்தூரப் பயணத்திற்கு உறுதுணையாக இருக்கும்.

இப்படி நம் உழைப்பு, முயற்சி அதிகரிக்க அதிகரிக்க நம் திறன் தேடலையும் அறிவுத் தேடலையும் வளர்த்துக்கொள்வது அவசியம்.

அந்தந்த தேடலின் போது நிதானத்தையும், வேகத்தையும் இயல்பாக யதார்த்தமாக கையாளப் பழக வேண்டும். நமது ஆர்வத்தை மையமாக கொண்டு நமது தேடல் இருக்குமாயின் நாம் எவ்வளவு நேரம் அதற்காக செலவிட்டாலும் நமக்கு மேலும் மேலும் ஆர்வம் அதிகரித்துக் கொண்டே இருக்கும். நமது தேடல் விரிந்து கொண்டே இருக்கும். ஆக நமது ஆர்வம் நம் வாழ்க்கையில் நமக்காக கிடைத்த மந்திரக்கோல் போன்றது. அதனைப் பயன்படுத்தி நாம் முன்னேறுவது, இலக்கை நோக்கிச் செல்லும் ஒவ்வொரு நிமிடமும் மகிழ்ச்சியை தரும். வெற்றியை நம்மிடம் எளிதாக கொண்டுவரும்.

நம் கதையின் வளர்ச்சிக்கு தடையாக நம்மை நெருங்க நினைக்கும் சோம்பலையும் சலிப்புத் தன்மையையும் நாம் நம்முடைய உழைப்பால் தீயிட்டு கொழுத்த வேண்டும். எத்தனை சோதனைகள் வந்தாலும் நாம் நம் இலக்கை நோக்கி துணிச்சலுடன் வந்து கொண்டே இருக்க வேண்டும். அப்பொழுதுதான் வெற்றியின் அன்னை நம்மை முத்தமிடுவாள்.

இக்கட்டுரையில் நாம் நல்-இலக்கு என்று அடிக்கடி குறிப்பிடுவது ஏதாவது துறையில் வெற்றி பெறுவது மட்டுமல்ல. வாழ்க்கையில் நல்ல மனிதனாகவும் வெற்றி பெறுவது. மிகவும் சாதாரண வரவு செலவு சரிவர வாழக்கூடிய வாழ்க்கை வாழ்ந்தாலும் நீதி தவறாது மனதில் சுத்தமாகவும் உலகை அழகாய் ரசிக்கும் மனதோடும் வாழ்நாள் முழுதும் வாழும் வாழ்க்கை மிகவும் அவசியமானது. நாம் நம்

கதையின் கதாநாயகர்கள்/கதாநாயகிகள் மட்டுமல்ல. நம் கதையின் வடிவமைப்பாளர்களும் ஆவர். நம்மை நாமே சிலையாக்க வேண்டும். அந்த அளவிற்கு நம் ஈடுபாடு அமைய வேண்டும். நம் கதையை இயக்கும் இறைவனிடம் நாம் செம்மையான பங்களிப்பை கொடுத்தே ஆக வேண்டும். அப்பொழுதுதான் வெற்றி இறை ஆசியோடு நம்மை வந்து சேரும். நம் கதை சரித்திரமாகும். அவன் அருளாலே அவன் தாள் வணங்கிக் கொண்டே நகரும் அருமையான தருணங்கள் கிட்டும்.

நம் கதைக்கு மேலும் பலமூட்டும் பழக்கவழக்கத்திற்காக **"சுத்தம் சுகம் தரும்"** என்ற பழமொழியின் ஆழமான கருத்தை நாம் நம் வாழ்க்கையில் நடைமுறைப் படுத்த வேண்டும். **"சுத்தம் சுகம் தரும்"** என்ற பழமொழி சொல்வது நம்மையும் நம்மை சுற்றி இருக்கும் இடத்தையும் சுத்தமாக வைத்துக் கொள்ளுதல் மட்டுமல்ல. நாம் செய்யும் செயல்களிலும் அன்றாடம் கடைப்பிடிக்க வேண்டிய விஷயங்களிலும் மனதிலும் சுத்தமாக இருப்பதும்தான். நெறிமுறைகளோடு அழகாக நம் வேலையை செய்ய செய்ய **"செய்யும் தொழிலே தெய்வம்"** என்பதற்கேற்ப நம் செயல் மேன்மை அடையும். **"செய்வன திருந்தச் செய்"** என்று முன்னோர்கள் அதனால்தான் சொல்லி இருக்கிறார்கள். எனவே நம் கதையும் சுத்தமாக நடைபோட சுத்தம் சுகம் தரும் என்ற பொன் மொழியின் ஆழமான கருத்தை நினைவில் கொண்டு நம் வாழ்க்கையில் சிறப்போம்.

நம்மிடம் நிரந்தரமாக நல்ல பழக்கவழக்கங்கள் குடியிருக்க நம்முடைய வாழ்க்கைப்பயணம் நம் நல் இலக்கிற்கான பயணமாய் அமையும்.

ஒரு வழிப்பாதை
நீளும் நீளும்
பலவித வலிகள்
தீரும் தீரும்
நிகழ்காலம் நடைபோடும்
வழியெங்கும் வருங்காலம்
சுகமாகும் வரமாகும்
நகர்வோம் – வெற்றி நுகர்வோம்..!!

கனவும் நிஜமும்

தனி மனித ஒழுங்கோடும் நல்ல பழக்க வழக்கங்களோடும் மெய் உழைப்போடும் நம் வாழ்க்கை சிறப்பாய் நகர்கையில் நமக்கான இலக்குகளை தந்த நம் கனவை நிஜமாக்க மேலும் நாம் கடைப்பிடிக்க வேண்டிய ஒன்று நேர மேலாண்மை. நேரத்தை வீணாக்காமல் நம் இலக்கிற்கான உழைப்பை நாம் கொடுக்க நமக்கு வெற்றி உறுதி ஆகிறது.

நேரம் என்ற ஒன்று எப்பொழுதும் நிற்காது. ஆனால் அதில் நாம் செய்யும் நேர்த்தியான செயல்களின் அருமை புகழாகி காலம் கடந்தும் நிற்கும். ஆதலால் நேரத்தின் மகத்துவத்தை மனதில் கொண்டு நாம் நம் கனவை நிஜமாக்கிக் கொள்ள வேண்டும்.

"நாளும் பொழுதும் கடக்கிறது

அது சரி

அதன் வேலை

ஒழுங்காய் செய்கிறது

ஆனால் அதில்

நாம் செய்யும் ஒழுங்கான வேலையே

நம் நாளையும் பொழுதையும்

அர்த்தமாக்குகிறது...!"

நமது நேரத்தில் நாம் கொடுக்கும் முயற்சியின் அளவை பொறுத்து நமக்கு வெற்றி, தோல்வி கிடைக்கிறது. இதில் நமது முயற்சியின் முக்கியமான பகுதி தோல்வி சொல்லித் தரும் பாடம். அந்த பாடம் நம் வெற்றிக் கதையின் பக்கங்கள், சரித்திர சுவடுகள். ஆக தோல்விகளை கண்டு துவண்டு விடக்கூடாது. நாம் சில நல்ல அறிவுரைகளை யார் சொல்லியும் கேட்டிருக்க மாட்டோம். ஆனால் சில நேரங்களில் சில விஷயங்களில் நாமே அடிபட்டு நின்றதால் நிச்சயம் சில தவறுகளில் இருந்து தள்ளி நிற்போம். அனுபவமே சிறந்த ஆசான் என்பது அதுதான். தோல்வியே வெற்றிக்கு முதற்படி என்று படிப்படியாய் முன்னேறிக் கொண்டே இருக்க வேண்டும். தவிர பழைய துயர காலங்களை (தோல்விகளை) நினைத்து வருந்துவது வெற்றிக்கு இடையூறு விளைவிக்கும். நேரத்தை வீணாக்கும். தேவையில்லாத வருத்தம் நம்மை வாழ விடாது என்பதை புரிந்து கொள்ள வேண்டும். சில பாதிப்புகளின் வலிகள் அதிகமாக இருந்தாலும் அவைகளில் மூழ்கி விடாமல் அவைகளை நமக்குண்டான வெற்றிப் படிகளாக மாற்ற வேண்டும்.

மேலும் இந்த நூலில், ஏன் நல்லவனாக இருக்க வேண்டும் நல்ல உழைக்க வேண்டும் என்று சொல்லி முடித்துவிடாமல் நமக்கேற்ற நல்ல கதையை உருவாக்க வேண்டும் என்ற கருத்தை யாம் ஆழமாக உரைக்கிறோம் என்றால் அப்பொழுதுதான் வாழ்க்கை மீது நம் மீது நம் கனவு மீது நம் உழைப்பு மீது ஒரு பிடித்தம் உருவாகும். நாம் அனைவரும் திரைப்படங்கள் பார்த்திருப்போம். திரைப்படங்களில் வரும் சிறந்த கதாபாத்திரங்களை அதிகமாக ரசித்திருப்போம். பின்பு அவர்கள் திறமை குறித்து அவர்கள் மீது பெரும் மதிப்பை மனதில் வைப்போம். அவர்களது சிறப்பை மேலும் மேலும்

அறிய ஆவல் கொள்வோம். அவர்கள் ஏற்றுக் கொண்ட கதாபாத்திரத்தினால் அவர்கள் பெற்ற நிலை அது. ஆகவே நடிப்புக்காக உருவாகிய கதையே இவ்வளவு தாக்கத்தை ஏற்படுத்தும் பொழுது நிஜ வாழ்வின் கதைகள் எவ்வளவு கொண்டாடப்பட வேண்டியவை என்று நான் உணர்ந்தேன். மனிதர்கள் அனைவரும் அவரவர் வாழ்க்கையில் கதாநாயகர்கள் என்ற எண்ணம் என்னுள்ளே உண்டு. அது நிஜமும் கூட. அந்த எண்ணம் அனைவரிடமும் இருக்க வேண்டும். அதுவே என் ஆசை. ஆதலால்தான் நாம் நம் கதையில் வாழ்ந்து கொண்டு இருக்கிறோம் என்பதை அழுத்தமாகச் சொல்லியும் அந்த கதையின் நாயகர்கள்/ நாயகிகள் மற்றும் நம் கதையின் வடிவமைப்பாளர்கள் நாம் என்பதை சொல்லியும் நாமே அதை வரலாறாக்க வேண்டும் என்று மகிழ்கிறேன். சாதனையாளர்களை நம் சமுதாயம் ஒரு கட்டத்தில் கொண்டாட தவறுவதில்லை. மண்ணில் பிறந்த அனைவரும் சாதிக்கப் பிறந்தவர்கள் என்பது எம் நம்பிக்கை. அதை அவரவர் உணர்ந்து செயல்படுவதிலேயே அவர்களின் சாதனை அடங்கி இருக்கிறது. கூடவே அவர்களுக்கான பாராட்டுகளும் காத்துக்கொண்டிருக்கிறது.

ஏவுகணை நாயகன் மதிப்பிற்குரிய **அப்துல்கலாம் ஐயா** அவர்கள் **"கனவு காணுங்கள்"** என்று உரைத்தார்கள். அதேபோன்று, நம் கதையை நாம் முதலில் நம் நெஞ்சில் படமாக்கி பார்க்க வேண்டும். அந்த கனவில் நாம் தீர்மானித்த இலக்கை அடைந்து வெற்றியின் கனிகளை சுவைக்க வேண்டும். பின்பு அந்த கனவு நம்மை உறங்க விடாது செயல்பட தூண்டும். ஆதலால்தான் **அப்துல்கலாம் ஐயா,**

"உறங்கும் போது வருவதல்ல கனவு
உறங்கவிடாமல் செய்வது கனவு"

என்ற கருத்தையும் உரைத்தார்கள். அந்த கனவு நம் இலக்கில் முயற்சிக்க தேவையான வீரியத்தை கொடுக்கும் வல்லமை உடையது.

கனவொளி வழி மெய்தனில் செழி..!!

அலை பாயும் மன நிலையில்
நடைபோடும் கனவுகளே..!!

பாதைகள் தெரிகிறதா?
பாஷைகள் புரிகிறதா?

நாளை நாளின்
காட்சித் துணையில்,

நகர்ந்திட முடிகிறதா?
நடப்பது தொடர்கிறதா?

துணிந்திட துணிந்திட
ஒளியின் வழியில்,

பயணங்கள் செழிக்கிறதா?
அது பதிவுகள் செய்கிறதா?

வரலாறு வரைகிறதா
வாழ்க்கை ஓவியம்?

நகர்ந்திட நகர்ந்திட
வெற்றி சாத்தியம்..!!
உடன் தீட்டிடும் மெய்தனில்,

பிறந்திடும் காவியம்..!!

ஆக கனவுகளே..
நிஜங்கள் தயார்..!!

கனவொளி வழி
மெய்தனில் செழி..!!

நம் கனவு நிஜமாக தயாராக இருக்கையில் நாம்
நம் கனவை நிஜமாக்க எவ்வளவு ஆர்வத்துடன் தயாராக
இருக்க வேண்டும் என்பதை உணர்ந்து கொள்ள
வேண்டும். ஆக நாம் நம் வெற்றிக்கான செயல்களையே
சுற்றி இருக்க வேண்டும். அதன் விளைவாக வெற்றி நம்
வசம் ஆகும்.

வாழ்க்கைப் புரிதலும் அதன் அழகும்:

நம் இலக்கிற்காக நாம் போராடும் தருணத்தில் வாழ்க்கையின் சுவாரஸ்யங்களை ரசிப்பதும் அவசியமானது. வாழ்க்கையே நமக்கு வாழ கற்றுக்கொடுக்கும். வாழ்க்கைப் புரிதலும் அதன் அழகும் நமக்கு வாழ்வின் அனைத்து சூழ்நிலைகளிலும் எளிதாக வாழக்கூடிய திறனைக் கொடுக்கும்.

நாம் மிகப்பெரிய பிரச்சனை என்று எண்ணுவது இன்னொருவருக்கு மிகச் சிறிய விஷயமாக தெரியும். மற்றவருக்கு பெரும் பிரச்சனையாக தெரிவது நமக்கு சாதாரண விஷயமாக தெரியும். இந்த இடத்தில் தான் நம் கதையின் முக்கியமான பங்கு இருக்கிறது. நாம் எவ்வாறு ஒரு விஷயத்தை எளிதாக பார்க்கிறோமோ அதை பொறுத்து அந்த செயல் நமக்கு எளிதாக தெரியும். நாம் எந்த ஒரு செயலையும் மலைப்போடு பூதாகாரமாக்கி நம்முள் சித்தரிக்கக்கூடாது. எளிமையே உயர்ந்த வலிமை என்பதை நாம் உணர வேண்டும். எளிமையாக நம் வேலைகளை அணுக நம் வேலைகளின் நுட்பமான சிறப்பம்சங்களை நாம் எளிதாக அனுபவத்தினால் கற்றுக்கொள்ள முடியும். எளிமையாக வேலைகளை அணுகவேண்டும் என்றவுடன் மெதுவாக வேலைகளை செய்ய வேண்டும் என்று எண்ணிக் கொள்ள வேண்டாம். எளிமையாக அணுக வேண்டும் என்பது பதற்றம் இல்லாமல் வேலைகளைப் புரிந்து அதற்கேற்ற பக்குவத்தோடு செய்வது.

அடுத்து, நம் கதையில் நாம் கடந்து வந்த பாதையை ஆழ்ந்து ஆராய்ந்து கவனிக்கையில் அதனின்

அழகு நமக்கு அனுபவமாய் அமைந்ததும் நல்ல நினைவுகளாய் அமைந்ததும் நம் கதையின் முக்கியமான பக்கங்களாக அமைந்ததும் வாழ்க்கையின் உண்மையை உணர வைத்து மேலும் நம் வாழ்க்கையை அழகாக்கும். சாதனையாளர்களின் வாழ்க்கை வரலாற்றுப் புத்தகம் மக்களிடையே பெரும் வரவேற்பை பெறுவது அந்த காரணத்தினால் தான். ஆக ஒவ்வொரு பொழுதும், நாளும் நம் வாழ்க்கையின் பக்கங்கள். அதனை எவ்வாறெல்லாம் சிறப்பிக்க வேண்டும் என்ற தீர்மானத்திற்கு உடன்பட்டு நாம் நம் செயல்களை செய்ய வேண்டும்.

ஆம், நாம் நம்முடைய வாழ்க்கையை அழகாய் பார்க்க முயல வேண்டும். நம்மை சுற்றி இருக்கும் அழகுகளை அழகாய் ரசிக்க வேண்டும். அப்பொழுது உலகமே அழகாகி விடும். எல்லாம் எளிதாகிவிடும். பின்பு கல்வி மீதான நம் பார்வை உலகம் மீதான பார்வையாக மாறும். கல்வி சுவாரஸ்யம் ஆகும். கல்வி இப்படி இனிக்க இனிக்க கற்க வேண்டிய ஒன்று. கசப்பாய் முழுங்கும் வேப்பிலை உருண்டையோ, குடிக்கும் கசாயமோ அல்ல. கல்வியில் மேன்மை பெற பெற குணம் மிகுதியாய் மேன்மை அடையும். பெரியவர்கள் சிறியவர்கள் என மனிதர்கள் அனைவரையும் சமமாய் மதிப்பதோடு அல்லாமல் உயிர்களை அழகாய் நேசிக்கும் நெஞ்சமும் உண்டாகும்.

ஏனென்றால் கல்வி மனதை சுத்தமாக்கும் அரிய அறிவுக்கருவி.

ஆகவே, உயரிய செல்வமான அந்த கல்வியைச் சுற்றியே நம் வாழ்நாட்களின் பெரும் பகுதியை நாம் வைத்துக் கொள்ள வேண்டும். அறிவுத் தேடல் நாளும் நம்முள் இருந்து கொண்டே இருக்க வேண்டும்.

"மனிதம் எனும் பரிசோடு

அள்ள வல்லமை தரும்

அறிவு சுரபி கல்வி"

ஏட்டுப்படிப்பு எவ்வளவு முக்கியமோ அதைப்போன்று ஒட்டுமொத்த சமுதாயம் பற்றிய புரிதலும் நம்மைச் சுற்றி நிகழும் நிகழ்வை பற்றிய புரிதலும் வேண்டும். அதனை கடைப்பிடித்தால் விரைவில் உலகம் புரிய ஆரம்பிக்கும். எதிர்காலத்திற்கான தெளிவான திட்டமிடலில் உலகின் போக்கிற்கு ஏற்றவாறு யூகிக்கும் அறிவும் கிட்டும். ஆதலால் ஏட்டுப்படிப்பு போன்று வாழ்க்கைப்படிப்பும் மிக மிக அத்தியாவசியம். சில சமயம் ஏட்டுப்படிப்பில் நாம் புரிந்து கொள்ளாத விஷயங்களையும் வாழ்க்கைப்படிப்பில் எளிதாக புரிந்து கொள்ளலாம்.

நாம் அனைவரும் பள்ளிகளிலும் கல்லூரிகளிலும் கால அட்டவணைகளை அறிந்திருப்போம். நல்ல யோசித்துப் பார்த்தால் அந்த கால அட்டவணை நம்மை வழி நடத்திச் சென்றிருக்கும். ஆனால் அந்த கால அட்டவணை நம் தேவைக்கேற்ப நாம் செயல்பட

நமக்காக திட்டமிட்டு உருவாக்கிய ஓர் அருமையான விஷயம். நாம் அதை கையாள வேண்டுமே தவிர அது நம்மை வழி நடத்தி மிரட்ட அனுமதிக்கக் கூடாது. நாம் எப்பொழுதும் தயாராக முழு திறனோடு கால அட்டவணைகளை பயன்படுத்த வேண்டும். நம் செயல்கள் கால அட்டவணையின் நேரத்திற்கு முந்தியே இருக்க வேண்டும். இதைப் பள்ளி, கல்லூரி தாண்டி அன்றாட வாழ்க்கையில் பழகிவிட்டால் வெற்றியே. நமக்கான திட்டமிட்ட வாழ்க்கையில் நாம் நகர்வது நமக்கான பாதையை நாமே அமைத்துக் கொள்வதற்கு சமம்.

குறிப்பாக மாணவர்கள் இளைஞர்கள் இப்போதே கருத்தில் கொள்ள வேண்டிய ஒன்று, பெற்றோர்கள் நம்மை பார்த்துக்கொள்வார்கள் என்று முழுதாய் அவர்கள் மீது பாரம் சுமத்தாமல் நாம் எவ்வளவு சீக்கிரம் பெற்றோர்களை அரவணைத்துக்கொண்டு வாழ்க்கையில் மிளிர வேண்டுமோ அவ்வளவு சீக்கிரம் மிளிர்ந்து ஜொலிக்க வேண்டும். பெற்றோர்கள் மணம் குளிரும் வண்ணம் நம் வாழ்க்கை முன்னேற்றங்களை அவர்களுக்கு பரிசாய் தர வேண்டும். சீக்கிரம் நமது சொந்தக்காலில் நாம் வாழ்வதோடு நமது வருங்கால தலைமுறைக்கான ஆழமான அஸ்திவாரமும் நாம் இட வேண்டும். **"விளையும் பயிர் முளையிலேயே தெரியும்"** என்பதைப் போல நம் வளர்ச்சியின் வீரியம் மிகுந்த நன்மைகள் சூழ அமைய வேண்டும்.

வளரும் சமுதாயம் நெல்வயலின் ஒட்டுமொத்த நெற்கதிர்களின் விளைச்சல் போல. இங்கு அனைவரின் வளர்ச்சியுமே முக்கியம். ஒன்று இரண்டு மட்டும் வளர்ந்தால் அது சமுதாய வளர்ச்சி அல்ல தனி மனித வளர்ச்சி. ஆகவே சமுதாயத்தின் வளர்ச்சியில்

அனைவருக்கும் பெரும் பங்கு இருக்கிறது. நம் ஒவ்வொருவர் வளர்ச்சியுமே நம் தேசத்தின் வளர்ச்சி நம் உலகின் வளர்ச்சி. இந்த பக்குவத்தோடு சுயநலம் அகன்று ஒருவருக்கொருவர் ஒத்துழைத்தால் சாதனைப் பூங்காவாகும் நம் சமுதாயம்.

மேலும் நம் வாழ்வின் எந்த இடத்திலும் நம் முன்னேற்றத்திற்கு தடையான பயம் என்பதை நம்மிடம் நெருங்க விடவே கூடாது. அது தயக்கத்தை உருவாக்கி வாழும் வாழ்க்கையை கடினமாக்கி விடும். மனதையும் குழப்பி விடும். வாழ்க்கையை பயந்து பயந்து கடினமாக்கி வாழ்வதில் என்ன பயன்? அப்படி வாழ்ந்தால் கடந்து வந்த பாதையில் கடின நிகழ்வின் நிமிடங்கள் நிறைந்திருக்குமே தவிர சுவாரஸ்யங்கள் இருக்காது. கடினமான நிமிடங்களை கூட பயப்படாமல் போராடி சவாலாக எடுத்து செயல்பட்டால் அது சுவாரஸ்யமாக அமையும்.

நம் சுவாரஸ்யமான வாழ்க்கையை நாமே துணிச்சலாக அமைக்க வேண்டும். உலகின் போக்கை நாம் ஆராய்ந்து அதற்கேற்றவாறு நம் செயல்களில் நாம் சமயோஜிதம் புரிய வேண்டும்.

நமக்கு வேண்டியவை எல்லாம் தானே நம்மை வந்து சேரும் அற்புதம் நம் உலகில் உண்டு. ஆம் இறைவனின் கொடை அது. நம் செயல்பாட்டுக்கு தகுந்தாற்போல் நமக்கு என்ன கொடுக்க வேண்டும் என்று இறைவனுக்கு நன்றாகத் தெரியும். ஆகவே இறைவன் அருளில் தைரியமாக நிம்மதியாக முழு நம்பிக்கையோடு உழைப்போடு மகிழ்வோடு நாம் என்றும் எந்தவொரு பயமும் இன்றி வாழலாம்.

உள்ளம் தூய்மையாக இருக்க உலகம் அழகாகத் தெரியும். ஒவ்வொரு வயதிற்கும் ஏற்ப நமக்கு புதுப்புது புரிதல்கள் உண்டாகும். அப்புரிதல்கள் நாம் உலகை எந்த எண்ணத்தின் கோணத்தில் பார்க்கிறோமோ அதன் பொருட்டு அமையும். ஆகையால் உலகின் மீதான அழகான பார்வை மிக மிக அவசியம். அப்பொழுதுதான் உலகை அழகாக உண்மையாக புரிந்து கொள்ள முடியும். ஏகப்பட்ட சுவாரஸ்யங்களை உணர இயலும். உலகின் தொடர்போடு இனிமையான வாழ்வை ஒவ்வொரு நொடியும் வாழ முடியும்.

> "மனதோட்டம் தெளிவாகும்
> புதுவாழ்வின் தடமாகும்..!!
> பெருவெளியின் அழகோடும்
> அரணோடும் உயிர்-மொழிகள்
> உரையாடும் விளையாடும்
> இயற்கையுடன் சுகம் காணும்
> இதயங்கள் இளைப்பாறும்
> இதமான தருணங்கள்
> மனதோட்டம் தெளிவாகும்
> புதுவாழ்வின் தடமாகும்..!!"

அமைதி, தனிமை, மிக அருமையான ஆசானை நம்முள் கொண்டு வரும் செயல்கள். மௌனகுரு நமக்கு சொல்லும் விஷயங்கள் அனைத்தும் நமக்குள் ஆச்சரியங்கள் வரவழைக்கும். ஓர் மிகப்பெரிய வாழ்க்கை ஓட்டத்தில் நீண்ட நேரம் பழகிய நமக்கு ஓர் ஓய்வு தேவைப்படும். அப்பொழுது அமைதியும் தனிமையும் நமக்கு அத்தியாவசியம் ஆகும்.

தொடர்ச்சியாக, எந்த ஒரு பொழுதுபோக்கும் இன்றி அதிகமாக உழைக்க உழைக்க நமக்கே தெரியாமல் ஏகப்பட்ட எண்ண அலைகள் நம்மை சூழ்ந்துவிடலாம். ஆகையால் அந்த நேரங்களில் நம்மை நாம் அலசிப்பார்ப்பது மிக மிக அவசியம்.

நாம் என்ன செய்து கொண்டு இருக்கிறோம்? நாம் என்ன செய்ய வேண்டும்? நாம் என்ன செய்ய எண்ணினோம்? நமக்குள் என்னென்ன நிகழ்ந்தன? நம்மைச் சுற்றி என்னென்ன நிகழ்ந்தன? நம் செயல்களை மேலும் செம்மையாக்க நாம் புதிதாக என்னென்ன செய்ய வேண்டும்? நம் வளர்ச்சிக்கு வேறென்ன தேவை? நாம் முன்னேற நம்முள் தடையாய் இருப்பவை எவை? நாம் எவ்வாறு அதை சரி செய்வது? நாம் எவ்வாறு சிறப்பாக வாழ்வது? என்றெல்லாம் சிந்திக்க வேண்டும். இந்த நேரத்தில் தனிமையும் அமைதியும் நமக்கு உதவும்.

மேலும் உலகை புரிந்துகொள்வதில் நம் தொழில் ரீதியாகவும், உலக ரீதியாகவும், சமுதாய ரீதியாகவும், வாழ்வியல் ரீதியாகவும் அறிவுத்தேடல் இருந்துகொண்டே இருக்க வேண்டும். அப்படி வாழ்ந்தால் அனைத்து செல்வங்களும் இயற்கையாகவே நம்மை வந்து சேரும்.

"என் கடன் பணி செய்து கிடப்பதே" என்று நம் செயல்களை நாம் சிறப்பாய் செய்யச் செய்ய, நம் அறிவை மங்க விடாமல் தீட்டத் தீட்ட நமக்கு தானாய் நன்மைகள் ஏற்படும்.

நமக்கு எல்லாம் சிறப்பாய் நடக்க நடக்க வெற்றிகள் குவியக் குவிய நாம் "பெரிய ஆள்" என்ற தலைக்கணம் நமக்குள் வந்துவிடக் கூடாது. ஓர் உண்மையை நாம் எப்பொழுதும் மனதில் கொள்ள

வேண்டும். யாரும் இறைவனிடத்தில் உயர்ந்தவரும் இல்லை தாழ்ந்தவரும் இல்லை. அனைவரும் இங்கே இறைவனுக்கு சமம்.

நம் முயற்சிக்கு ஏற்ப நம் தொழில் மூலமோ செயல் மூலமோ சிறந்தவர்கள் என்ற பெயர் கிடைக்கலாம். ஆனால் அதிலும் நம்மை மிஞ்சுபவர்கள் உண்டு என்பதை அறிந்து அகந்தையும் செருக்கும் இன்றி தன்னடக்கத்தோடு வாழ வேண்டும். இந்த வெற்றி நம் உழைப்பிற்கு கிடைத்த ஓர் அங்கீகாரம் என்று அகமுவந்து அழகாய் ஏற்று மகிழ்வாய் யதார்த்தமாய் எப்பொழுதும் போல வாழ வேண்டும். சக உயிர்களிடம் எப்பொழுதும் நேசம் கொண்டவராய் நாம் வாழ்வதையே உயரிய குணமாய், பண்பாய், வாழ்வின் கட்டாயமாய் கொள்ள வேண்டும். இறைத்தன்மை இரக்க குணத்தில் இயற்கையாய் அமைந்திருக்கிறது. அதனை மேற்கொண்டால் நாம் கடவுளின் செல்லப் பிள்ளைகளாய் வாழ்வோம். வாழ்க்கைப் புரிதலும் அதன் அழகும் நம் இலக்கின் நண்பர்கள், அதிர்ஷ்டங்கள். ஆகவே வாழ்க்கையைப் புரிந்து அதன் அழகை ரசித்து நம் கதையை ரசிப்போம்.

"நல்லதே நடக்கும் மகிழ்ந்திரு நண்பனே

சோதனை தாண்டி ஜோதியும் நமக்கு

சொந்தமாய் ஆக்கிட வசந்தமும் இருக்கு

என்றுமே ஜெயிக்கும் வெற்றியின் கிறுக்கு

நமக்குள்ளே ஊற்றாய் ஊறிக் கொண்டிருக்கு

நாளுமே நாமுமே ஏறுவோம் வானமே

நகர்ந்திட நகர்ந்திட திருமே தூரமே..!!"

முடிவுரை

அனைத்து மக்களும் தங்கள் வாழ்க்கையை தங்கள் கதையை சரித்திரமாக்க முயற்சிப்பதோடு மிக்க மகிழ்வோடு உலகை ரசித்து இன்புற்று எந்நாளும் நல்வாழ்வு வாழ்வோம்.

கதையும் வாழ்க்கையும் இறைவனும் என்ற கூட்டமைப்பின் மகத்துவம் உணர்ந்து அழகான வாழ்க்கையைப் புரிந்து தனி மனித ஒழுங்கோடும் மெய் உழைப்போடும் நல்ல பழக்கவழக்கங்களை பின்பற்றியும் நம் கனவை நிஜமாக்க நம் கதையில் சிறப்பாக பயணிப்போம். அனைவரின் கதைக்கான இந்த சிந்தனையே முன்னுரையில் யாம் உரைத்த கதையைப் பற்றிய வித்தியாசமான கோணம் என்பது எம் ஆழமான நம்பிக்கை

இதுவே கதை-ஓர் உள்ளுணர்வு பயணம் எனும் கட்டுரை வாயிலாக நாம் மேற்கொண்ட நம் கதைக்கான உள்ளுணர்வு பயணம்...

"சாமானியராகிய நாம்

நெடுந்தூரப் பயணமான

இந்த உலக நாடகத்தில்

என்றும் நெஞ்சுரம் கொண்டு

நம் கதையை நாமே

வடிவமைத்து வாழ்ந்து

வரலாறாக்குவோம்,

சிறப்போம்"

- அ. விஜய சண்முகம்

நன்றி